Mount
Kilimanjaro

Tanzania

Tumaini pasipo na Tumaini
LIGHT A CANDLE

Godfrey Nkongolo and Eric Walters

illustrated by

Eva Campbell

ORCA BOOK PUBLISHERS

Ngama saw the car coming down the road. As it drove by he waved, and the man in the back seat waved back. Ngama did not know him but knew he had come from Ngama's village. Few cars went to their village, and he hurried home to hear why it had been there.

Ngama aliona kwa mbali gari likija. Lilipokaribia akalipungia mkono. Yule aliyekuwa amekaa nyuma garini, alimpunguia Ngama pia. Ngama hakujua ni nani aliyekuwa katika gari hilo, lakini alifikiri lazima gari hilo litakuwa linatokea kijijini kwao. Ni magari machache tu yalifika kijijini kwao. Basi Ngama akaharakisha kurudi nyumbani ili kujua kwa nini gari hilo lilikuwa kijijini kwao.

Everyone was gathering in the clearing in the middle of the village. Women and small children clustered at the sides, and the men stood in the center. In between were the boys who were too old to be children but not old enough to be men. That is where Ngama went.

Alipofika, alikuta watu wote wamekusanyika katikati ya kijiji. Wanawake na watoto wadogo walikuwa wamesimama pembeni, na wanaume wamesimama katikati. Ngama akaenda kusimama pamoja na vijana wa rika lake—ambao sio watoto wala watu wazima. Ngama na rika lake walikuwa wamesimama katikati ya makundi hayo mawili.

Ngama's father was the chief of their clan. Ngama watched as his father spoke. As the eldest son, Ngama would one day become chief. His name itself—*Ngama*—meant "tomorrow" in the Kichagga language.

"What are they discussing?" Ngama asked his friend.

"It has something to do with the mountain."

"Everything has something to do with the mountain," Ngama replied.

Baba yake Ngama alikuwa ni mtemi wa kabila lao. Ngama
alimtazama baba yake akizungumza kwa umakini sana. Akiwa kama
mtoto wa kwanza, alitambua kuwa ipo siku moja naye angekuja kuwa
mtemi. Jina lake – Ngama – lilimaanisha "kesho" kwa lugha ya Kichaga.

Ngama akamuuliza rafiki yake, "Wanajadiliana kitu gani?"

Rafiki yake akajibu, "Nadhani majadiliano yanahusu mlima."

Ngama akamwambia, "Kila kitu kinahusu mlima."

The Chagga people lived on the slopes of Mount Kilimanjaro.
The mountain was sacred. It was the place between heaven and earth.

Siku hizo, kama ilivyo sasa, Wachaga walikuwa wakiishi pembezoni mwa mlima Kilimanjaro. Mlima Kilimanjaro ulikuwa ni sehemu takatifu. Ulikuwa unachukuliwa ni sehemu ambayo ipo katikati ya mbingu na nchi.

The men stopped talking, and his father came toward him.

"The man in the car waved to me," Ngama said.

"He is the leader of our country."

"But you are the chief."

"I am in charge of our tribe. He is in charge of our country. He asked us to climb the mountain to mark our independence."

"Independence?"

"The white people ruled, but now we are free. Tomorrow the men of the tribe will climb the mountain."

"I will be ready."

"No, Ngama. It is only the men."

"But I am almost a man."

"Not yet."

Ngama did not argue, but he did not agree either.

Baada ya kumaliza majadiliano, baba yake Ngama akamsogelea Ngama.

Ngama akamwambia, "Baba yule mtu aliyekuwa kwenye gari alinipungia mkono."

Baba yake akamjibu, "Yule ni kiongozi wa nchi yetu."

Ngama akauliza, "Baba, lakini wewe si ndio mtemi?"

Baba yake akamjibu, "Ni kweli mwanangu. Lakini mimi ni kiongozi wa kabila letu tu. Yeye ni kiongozi wa nchi nzima na amekuja kutuomba tupande juu mlimani ili tukaweke ishara ya kuuwakilisha uhuru wa nchi yetu."

"Uhuru?" Ngama akauliza kwa mshangao.

"Tulikuwa tukitawaliwa na wazungu, lakini sasa tuko huru. Kesho wanaume wa kabila letu watapanda mlima."

Ngama akajibu, "Nami nitakuwa tayari kwa safari."

"Hapana Ngama. Ni wanaume watu wazima tu wanaruhusiwa."

Ngama akajaribu kutoa ushawishi, "Lakini mimi ninakaribia kuwa mtu mzima."

Baba yake akamueleza, "Wewe bado hujawa mtu mzima."

Ngama hakupingana na baba yake ingawa moyoni hakuwa amekubaliana na maamuzi hayo.

At first light the men started up the slope. Ngama's father was at the front. Each man carried a heavy pack. It contained enough food for three days, a blanket for warmth, a gourd for water and as much wood as that man could carry. As the last of the men turned the corner, one more figure trailed after them. Ngama.

Asubuhi na mapema, wanaume walikusanyika na kuanza safari. Baba yake Ngama alikuwa mbele akiongoza msafara. Kila mtu alikuwa amejitwika kifurushi kizito. Walikuwa wamebeba mashuka, vibuyu vya maji, kuni, pamoja na chakula cha kuwatosha kwa siku tatu za safari. Bila wao kujua, Ngama alianza kuwafuatilia kwa kificho. Kila walipo pinda kona, Ngama nae alizidi kuwasogelea.

Those at the back of the line saw the small boy behind them.
They thought he would follow for a while, tire and go back home.
But he moved when they moved and rested when they rested.
He was with them, but apart.

Wale waliokuwa nyuma ya msafara, waligundua kuwa kuna kijana mdogo alikuwa anawafuata. Walidhani kwamba baada ya muda mfupi tu, angechoka na kuamua kurudi nyumbani. Lakini Ngama alizidi kuwafuatilia. Kila waliposimama kupumzika, nae alisimama kupumzika. Japokuwa alikuwa akitembea peke yake, alikuwa pamoja nao katika msafara.

All of the men had been to the top of the mountain before—some dozens of times. When people climbed the mountain, it was always with Chagga tribesmen as guides and porters. They were the people of the mountain.

As they climbed higher, two men waited for Ngama.

"You should not be here," one said. "Your father told you that you were too young to come."

"That was yesterday. Today I am not as young," Ngama replied.

Haikuwa mara yao ya kwanza kupanda mlima—baadhi yao walikuwa wameshapanda mlima mara kadhaa. Kwa kawaida wageni wanapokuja kupanda mlima, Wachagga huwa ndio wanao waongoza katika safari na kuwasaidia kubeba mizigo. Wachagga walikuwa ni watu wa mlima.

Walivyozidi kupanda mlima, wawili wao waliamua kumsubiri Ngama.

Mmoja akamwambia Ngama, "Haukupaswa kuwa hapa."

"Baba yako alikwambia kuwa wewe bado ni mdogo, haustahili kuwa katika msafara huu."

Ngama akajibu, "Hiyo ilikuwa jana. Leo hii mimi si mdogo tena."

With each step up, there was less air to breathe and the climb was more difficult. The men stopped for the night. They gathered, taking shelter to sleep. Ngama was alone and cold. He wrapped his blanket around him tightly.

Kila walipozidi kusogea juu, hewa ilizidi kupungua na safari
ilizidi kuwa ngumu. Wakaamua kupumzika kwa usiku ule. Basi wote
wakakusanyika na kuanza kuandaa malazi. Ngama alikuwa peke yake,
akaanza kuhisi baridi. Akaamua kujifunika shuka lake kwa umahiri.

Ngama awoke with a start. He caught sight of the men in the distance, moving up the slope. He was cold and stiff. He wanted to go back. Instead, he rushed to follow them.

Ngama alizinduka kutoka usingizini, na kuona kwa mbali wanaume wakianza tena safari. Ngama alikuwa bado amejikunyata akihisi baridi. Akashawishika kurudi nyumbani, lakini akaamua vinginevyo na kuanza kuwafuatilia.

By now they all knew he was with them. His father had been informed but had answered, "I told my son not to come, so I know it is not him." Part of him was angry, but he was also proud of his son. Ngama would be a fine chief someday.

Wakati huo kila mtu alikwisha fahamu kwamba Ngama yupo pamoja nao. Baba yake alipoambiwa kuhusu Ngama alijibu, "Nilimkataza mwanangu asije, kwa hiyo najua huyo aliyekuja sio mwanangu." Kwa namna moja baba yake Ngama alikuwa amekasirika, lakini pia alikuwa akijivunia ujasiri wa mwanae. Alijua ya kwamba siku za mbeleni Ngama atakuwa mtemi mahiri.

Throughout the day they climbed. Each step was harder than the last. The pack on Ngama's back felt so heavy, like it was trying to drag him back down the slope. They moved on, past the glaciers and past Stella Point. Each breath was harder to catch than the last. Ngama wondered if the top would ever arrive.

Waliendelea na safari kwa siku nzima. Kila walipozidi kusogea, safari nayo ilizidi kuwa ngumu. Mzigo alioubeba Ngama ulizidi kuwa mzito na kumulemea kana kwamba ulikuwa unataka kumrudisha chini. Safari iliendelea na wakapita kwenye mto wa barafu na Stella Point. Kila pumzi waliyovuta ilizidi kuwa nzito kuliko ile ya mwanzo. Ngama akaanza kujiuliza kama ni kweli wangeweza kufika kileleni.

Finally, as the sun was setting, they reached Uhuru Peak—Freedom Peak. The highest place in all of Africa.

The men gathered on the peak, and each removed the wood from his bundle. Ngama crept forward and added the pieces from his pack.

His father held the torch in the air, ready to throw it onto the pile. He turned to Ngama and motioned for him to come forward. Ngama was afraid of what he might say.

"This is for you," his father said, holding out the torch.

"Me?"

"This fire is for the future of our country. And the future belongs to the children—to you, Ngama. The future belongs to tomorrow."

Jua lilipoanza kuzama, hatimaye wakafika kileleni-Kilele cha Uhuru. Ambacho ni kilele kirefu zaidi barani Afrika. Wanaume wakakusanyika, kila mtu akatoa kuni alizobeba na kuziweka chini katika lundo moja. Ngama nae akasogea mbele na kuchangia kuni alizokuja nazo.

Baba yake Ngama alikuwa ameshikilia kuni iliyowaka moto akiwa tayari

kuwasha lundo la kuni. Akamgeukia Ngama na kumuashiria asogee mbele. Ngama, akashikwa na hofu huku akijiuliza ni kitu gani babake angemwambia.

Akimnyooshea kuni ya moto alimwambia, "Hii ni kwa ajili yako."

Ngama akapigwa na butwaa, akauliza, "Mimi?"

Baba yake akamwambia, "Moto huu ni ishara kwa ajili ya maendeleo ya baadae ya nchi yetu. Wakati ujao upo mikononi mwenu nyinyi watoto. Watoto kama wewe Ngama. Na wakati ujao ni kesho."

Ngama took the torch and threw it onto the pile. The flame caught. It got bigger and bigger, so bright that it could be seen from afar. Ngama was sure it could be seen across all of Africa.

The candle had been lit. Freedom had arrived. A new country had been born.

Ngama akachukua ile kuni ya moto na kuitupia katika lundo lile la kuni.
Moto ukawaka na kuzidi kupamba, na kuangaza kiasi kwamba watu walioko
sehemu za mbali sana waliweza kuuona. Ngama alitambua moto huo ungeweza
kuonekana bara zima la Afrika. Mwenge umewaka na uhuru umewasili na nchi
mpya imezaliwa.

Afterword

The United Republic of Tanzania sits on the eastern side of the African continent. Mount Kilimanjaro, the tallest mountain in Africa and a symbol of freedom, love and peace, sits in northeastern Tanzania. The highest point of the mountain, Uhuru Peak, stands 5,895 meters above sea level and glistens with snow. The mountain is considered unique because it allows one to experience every environment on earth—desert, tropical rain forest, glacial ice, and savanna. It is said that climbing Kilimanjaro is like traveling from the Arctic to the equator.

Living in the area around Mount Kilimanjaro are the Chagga people, who are regarded as the caretakers of the mountain. As we see in the story of Ngama, young Chagga boys traditionally went through an initiation period during which they were taught how to be independent young men. Learning from elders was an important part of this process, as girls and boys gained the skills they needed to live healthy and successful lives as young men and women.

Tanzania is a country made up of what were once two separate territories, the mainland of Tanganyika and the islands of Zanzibar. The two parts united to form the country of Tanzania as we know it today.

It was Julius Kambarage Nyerere, the son of the chief of the Zanaki tribe, who led Tanzania to peaceful independence in 1961. Once a boy living an ordinary life in a small village, Nyerere became the first president of Tanzania in 1962. All his years living in the village helped Nyerere understand what it was like to be poor and to be treated unjustly. As president he worked to promote equality, justice, peace and unity in Tanzania and all over Africa. Even after he retired, Nyerere continued to be a peacemaker and defender of justice, and because of him Tanzania became a symbol of love, peace, dignity and freedom.

Before Nyerere was president, he said, "The people of Tanganyika would like to light a candle and put it on top of Mount Kilimanjaro which would shine beyond our borders, giving hope where there was despair, love where there was hate, and dignity where before there was only humiliation." When Nyerere became president, he did just this, and the Uhuru torch, or freedom torch, was erected on the top of Mount Kilimanjaro.

Maelezo Juu ya Hadithi

Jamuhuri ya Muungano wa Tanzania ipo mashariki ya bara la Afrika. Mlima Kilimanjaro ambao upo kaskazini-mashariki mwa Tanzania, ndio mlima mrefu zaidi Afrika na ni ishara ya Uhuru, Upendo na Amani. Sehemu ndefu zaidi ya mlima Kilimanjaro, ambayo inaitwa Kilele cha Uhuru, kina urefu wa mita 5,895 kutokea usawa wa bahari na kimefunikwa na theruji.

Mlima Kilimanjaro ni sehemu ya kipekee; sio tu kwa sababu ya urefu wake, lakini pia kwa sababu inatoa fursa ya kukutana na tabia nchi mbali mbali kama vile jangwa, msitu wa mvua ya kitropiki, barafu, pamoja na savana. Inasemekana kupanda mlima Kilimanjaro ni sawa sawa na kusafiri kutoka Aktiki mpaka ikweta.

Wachagga ni moja ya kabila linaloishi pembezoni mwa mlima Kilimanjaro, na pia ni waangalizi wa mlima huo. Kama tunavyoona kwenye hadithi ya Ngama, vijana wa kiume wa kichagga, kitamaduni walipitia mafunzo ambayo yalikuwa na kusudi la kuwaandaa kuwa vijana wanaoweza kujitegemea na kuwajibika. Ilikuwa ni muhimu kwa wavulana na wasichana kujifunza, ili waweze kuishi vizuri, kwa umakini na kwa mafanikio katika ujana wao.

Tanzania ni muungano wa nchi mbili kati ya visiwa vya Zanzibar na Tanganyika sehemu ya bara ambapo hapo awali zilikuwa nchi zenye tawala mbili tofauti. Julius Kambarage Nyerere, mtoto wa mtemi wa kabila la Wazanaki ndiye kiongozi aliyeiongoza Tanganyika, baadae Tanzania, kupata uhuru mwakawa 1961 bila kumwaga damu.

Japokuwa Nyerere alikuwa kijana wa kawaida aishiye kijijini, alifanikiwa kuwa rais wa Tanganyika mwakawa 1962. Maisha ya kijijini yalimsaidia Nyerere kufahamu maisha ya umasikini na kunyimwa haki. Akiwa kama rais, alifanya kazi kuhakikisha kwamba kuna usawa, haki, amani na umoja Tanzania na kote barani Afrika. Hata pale alipomaliza muda wake wa kulitumikia taifa kama rais, Nyerere aliendelea kutetea amani pamoja na haki. Kupitia yeye, Tanzania imekuwa ni ishara ya upendo, amani, utu, pamoja na uhuru.

Kabla ya kuwa rais, Nyerere alisema, "Watu wa Tanganyika wangependa kuuwasha mwenge na kuuweka katika kilele cha mlima Kilimanjaro ili uangaze ndani na nje ya mipaka yake ili kutoa tumaini ambapo hakuna tumaini, kutoa upendo ambapo kuna chuki, na kutoa utu pale ambapo kuna manyanyaso." Na hicho ndicho alichokifanya Nyerere pale tu alipokuwa rais. Na kwa sababu hiyo mwenge wa Uhuru ukawekwa kwenye kilele cha mlima Kilimanjaro.

To all those who, in the footsteps of Nyerere, work hard
to bring hope, love and dignity all over the world.
—G.N.

For Julius Nyerere
—E.W.

Michael, Elena, Lulu and Gabriel
—E.C.

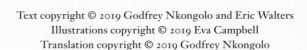

Text copyright © 2019 Godfrey Nkongolo and Eric Walters
Illustrations copyright © 2019 Eva Campbell
Translation copyright © 2019 Godfrey Nkongolo

Cataloguing in Publication information available from Library and Archives Canada

Issued in print and electronic formats.
ISBN 9781459817005 (hardcover) | ISBN 9781459817012 (PDF)
| ISBN 9781459817029 (EPUB)

Library of Congress Control Number: 2019934038
Simultaneously published in Canada and the United States in 2019

Summary: This dual-language English and Swahili picture book is inspired by the founding of Tanzania,
told through the eyes of a young boy who climbs Mount Kilimanjaro to signify the country's independence.

*Orca Book Publishers is committed to reducing the consumption of nonrenewable resources in the making of our books.
We make every effort to use materials that support a sustainable future.*

Orca Book Publishers gratefully acknowledges the support for its publishing programs provided by the following agencies:
the Government of Canada, the Canada Council for the Arts and the Province of British Columbia
through the BC Arts Council and the Book Publishing Tax Credit.

Artwork created using oil paint and oil pastel on canvas.
Cover and interior artwork by Eva Campbell
Design by Rachel Page
Translation by Godfrey Nkongolo

ORCA BOOK PUBLISHERS
orcabook.com

Printed and bound in China.

22 21 20 19 • 4 3 2 1

Mount
Kilimanjaro

Tanzania